ક્રિસ્ટોફર કોલંબસ

મિહિર જાગૃતિ વોરા

આ પુસ્તક હું મારા માતા પિતા , મોટા ભાઈ ભાભી અને નાની પ્રિય ભત્રીજી ને અર્પણ કરું છું .

સામગ્રી

પ્રસ્તાવના

આ પુસ્તક માં મારા આજકાલ દૈનિક માં આવેલા મારી કોલમ એક નઝર ના લેખ છે. ૨૦૦૫ થી ૨૦૧૮ સુધી મારા લેખ આ કોલમ માં આવ્યા હતા.

સ્વીકૃતિઓ

આ પુસ્તક માં મારા આજકાલ દૈનિક માં આવેલા મારી કોલમ એક નઝર ના લેખ છે આ માટે હું આજકાલ દૈનિક ના મેનેજમેન્ટ , તંત્રી , ટ્રસ્ટી અને તમામ પત્રકાર અને સ્ટાફ નો આભાર માનું છું . ૨૦૦૫ થી ૨૦૧૮ સુધી મારા લેખ આ કોલમ માં આવ્યા હતા.

આ પુસ્તક માટે મેં વિવિધ લેખ આધારિત માહિતી વિકિપીડિયા , લેખ ને લાગતા આવેલા વિવિધ અખબારી અહેવાલ અને જે તે લેખક ના લેખ ના સંદર્ભો નો સહારો લીધો છે તે સૌ નો હું આભાર માનું છું .

અનુક્રમણિકા

અનુક્રમણિકા

1
ક્રિસ્ટોફર કોલંબસ

ગુગલ ઇમેજક્રિસ્ટોફર કોલંબસ

મિત્રો અનેક ઇતિહાસકારો અને લેખકોએ આના વિશે લખ્યું છે પણ તેમાં અમુક વાત નો ઉમેરો કરવો જરૂરી છે અહીં મેં માહિતી આપવાની કોશિશ કરી છે

વિવિધ સંધભૉ નો ઉપયોગ કરીને જેની નૉંધ લેવા વિનંતી છે.

મિત્રો આ પુસ્તક માં મેં ઈન્ટરનેટ અને વિકિપીડિયા અને વિવિધ અખબારી અહેવાલ માંથી માત્ર માહિતી આપી છે .આમાં એક પણ શબ્દ મારો નથી જેની નૉંધ લેજો , આ માહિતી સાચી છે કે ખૉટી તેની તપાસ કરજો અને પછીજ વાસ્વિકતા સ્વીધજો .આ તો માત્ર ઈન્ટરનેટ દુનિયામાંથી સીધી લીધેલી માહિતી છે જે સાચી કે ખૉટી છે તેનું કૉઈ પણ જાતનું સમર્થન આ પુસ્તક કે લેખક કરતા નથી જેની નૉંધ લેજો .

આજથી 600 વર્ષ પહેલાં યુરોપમાં ભારતના મસાલા અને જ્વેલરીની માંગ ખૂબ હતી. જેથી ભારત તરફ ખલાસીઓનું આકર્ષણ વધુ હતું. ભારત પહોંચી જઈશું તો ધનવાન બની જઈશું તેવું દરેક ખલાસી વિચારતો હતો.

પરંતુ યુરોપથી ભારત સુધી આવવાનું કામ સરળ નહોતું. આ દરમિયાન ક્રિસ્ટોફર કોલંબસ ભારત આવવા ઇચ્છતો હતો. ભારત આવવા માટે તે 1492ની 3 ઓગસ્ટના રોજ સ્પેન ખાતેથી નીકળ્યો હતો અને ભારતના સ્થાને તે અમેરિકાના ટાપુઓ પર પહોંચી ગયો હતો. એકંદરે તેણે ભૂલથી અમેરિકાની શોધ કરી હતી.

તે સમયે ભારત સુધી જળમાર્ગે આવનાર લોકોની સંખ્યા નહિવત હતી. જેથી અમેરિકા પહોંચેલા કોલંબસને પોતે ભારત શોધી લીધું હોવાનું લાગતું હતું.

જોકે, કોલંબસની માન્યતા ખોટી હતી અને આ ખોટી માન્યતા તેની સાથે આજીવન રહી હતી. તે જે ટાપુઓને ભારત સમજી રહ્યો છે તે ખરેખર અમેરિકાના ટાપુ હોવાની વાતની ખબર તેને મૃત્યુ સુધી નહોતી. કોલંબસની યાત્રા ખૂબ રસપ્રદ હતી. આજે તેની યાત્રા અંગે અહીં જાણકારી આપવામાં આવી છે. નવો રસ્તો શોધવા કોલંબસ નીકળી પડ્યો

ક્રિસ્ટોફર કોલંબસનો જન્મ 1451માં જીનોઆ ખાતે થયો હતો. તેના પિતાનું નામ જુલાહે હતું. બાળપણથી જ કોલંબસ પિતાના કામમાં મદદ કરતો હતો. જેથી તેને દરિયો ખેડવાનો ચસ્કો લાગ્યો હતો અને તે વ્યવસાયિક ખલાસી બની ગયો હતો. તે સમયે યુરોપના દેશ ભારત સહિત એશિયન દેશો સાથે વ્યાપાર કરતા હતા.

આ વ્યાપાર જમીન માર્ગે થતો હતો. તેઓ અફઘાનિસ્તાન અને ઈરાનના માર્ગે ભારત સાથે મસાલા સહિતની વસ્તુઓનો વ્યાપાર કરતા હતા. આ દરમિયાન 1453માં આ વિસ્તારમાં તુર્કાની સામ્રાજ્ય સ્થાપિત થતા યુરોપના વેપારીઓ માટે માર્ગ બંધ થઈ ગયા હતા. જેથી યુરોપના વેપારીઓ પરેશાન થઈ ગયા હતા.

બીજી તરફ કોલંબસે આ સમયગાળામાં દરિયાઈ માર્ગે ભારત આવવાનો નિર્ણય લીધો હતો. તે સમયે ભારત કેટલું દૂર છે અને ત્યાં પહોંચવા કઈ દિશાની પ્રવાસ ખેડવો તેની જાણ કોઈને ન હતી. પરંતુ કોલંબસને પોતાના જ્ઞાન પર વિશ્વાસ હતો.

તે માનતો હતો કે, પશ્ચિમના રસ્તે આગળ વધીએ તો ભારત પહોંચીશું. પણ તેની આ વાત પર અન્ય કોઈને વિશ્વાસ નહોતો.3 જહાજ અને 90 ખલાસીઓ સાથે ભારતની શોધ માટે નીકળ્યોહતો.

આ સફર માટે કોલંબસને પૈસા અને ખલાસીઓની જરૂર હતી. પોતાનો વિચાર લઈ તે પોર્ટુગલના રાજા પાસે પહોંચ્યો હતો. જોકે, રાજાએ મુસાફરીનો ખર્ચ આપવાની ના પાડી દીધી હતી. ત્યારબાદ સ્પેનના શાસકોએ તેની વાત સાંભળી અને યાત્રાનો ખર્ચ ભોગવવા તૈયાર થઈ ગયા હતા.

હવે પૈસાનો પ્રશ્ન તો ઉકેલાઈ ગયો પણ યાત્રા માટે કોઈ ખલાસી મળતો નહતો. કોઈને કોલંબસ પર વિશ્વાસ નહોતો. તે સમયે પૃથ્વી ટેબલની જેમ ચપટી હોવાની માન્યતા પ્રચલિત હતી. જો લાંબી દરિયાઈ મુસાફરી માટે નીકળીએ તો આગળ જતાં સમુદ્ર પૂરો થઈ જશે અને નીચે પડી જવાશે તેવું લોકો માનતા હતા.

ભારતની શોધ માટે કોલંબસે 90 ખલાસીઓને માંડ માંડ તૈયાર કર્યા હતા અને 1492ની 3 ઓગસ્ટના રોજ સાંતા મારીયા, પિંટા અને નીના નામના ત્રણ જહાજ સાથે સ્પેનથી નીકળ્યો હતો. ઘણા અઠવાડિયા વીતી ગયા હોવા છતાં મુસાફરી પુરી થઈ નહીં. દૂર દૂર સુધી પાણી જ પાણી દેખાતું હતું. પરિણામે કોલંબસ અને ખલાસીઓ ડરવા લાગ્યા હતા. 2 મહિનાથી વધુ મુસાફરી બાદ કોલંબસને ટાપુ મળ્યાહતા.

દરિયામાં ઘણો સમય વીતી ગયો હોવાના કારણે કોલંબસના ઘણા સાથીદારો પરત ફરવાનું કહેવા લાગ્યા હતા. કોલંબસને કેટલાક ખલાસીઓએ મારી નાંખવાની ધમકી આપવાનું પણ શરૂ કર્યું હતું. જોકે, કોલંબસે તેમને સમજાવ્યા હતા. આ દરમિયાન 9 ઓક્ટોબર 1492ના રોજ કોલંબસને આકાશમાં પક્ષીઓ દેખાવા લાગ્યા હતા.

જેથી જહાજને તે દિશા તરફ લઈ જવાનું નક્કી થયું હતું. 12 ઓક્ટોબર 1492ના રોજ કોલંબસના જહાજ ટાપુ સુધી પહોંચ્યા હતા. ત્યારે કોલંબસને ભારત સુધી પહોંચી ગયો હોવાનું લાગ્યું હતું. પણ આ બહામાસનો સેન સલ્વાડોર ટાપુ હતો. આ ટાપુના સ્થાનિકોને ગુઆનાહાની તરીકે ઓળખવામાં આવતા હતા.

કોલંબસ ત્યાં 5 મહિના રોકાયો હતો અને અન્ય ઘણા કેરેબિયન ટાપુ શોધી

કાઢ્યા હતા. જેમાં જૂઆના (ક્યુબા) અને હિસ્પાનિઓલા (સેન્ટ ડોમીનગો)નો સમાવેશ થાય છે. આ સ્થળોએથી કોલંબસે ઘણું ધન એકઠું કર્યું હતું. ત્યારબાદ તે 40 સાથીદારોને ત્યાં જ મૂકી તે 15 માર્ચ 1483ના રોજ સ્પેન પરત ફર્યો હતો.

જ્યાં તેનું ભવ્ય સ્વાગત થયું હતું અને તેણે જે દેશ શોધ્યા હતા ત્યાંનો ગવર્નર બનાવી દેવાયો હતો. તે જીવ્યો ત્યાં સુધીમાં તેણે 3 વખત અમેરિકાના ટાપુઓની યાત્રા કરી હતી. કોલંબસને તેના અંતિમ સમય સુધી ખ્યાલ નહોતો કે, તેણે જે સ્થળની શોધ કરી છે તે ભારત નહીં અમેરિકાના ટાપુઓ છે.

ઈતિહાસ જેમ જેમ જુનો થતો જાય તેમ તેમ તથ્યોનાં નવા અર્થ કાઢવા ઈતિહાસ બેચેન બની જાય છે. અમેરીકાનાં સ્કૂલે જતાં દરેક વિદ્યાર્થી જાણે છે કે અમેરિકા ખંડની શોધ ક્રિસ્ટ્રોફર કોલંબસે કરી હતી.

વહાણવટ ખેડીને અમેરિકા ખંડ ખુંદનાર, કોલંબસે જીવન ભાગદોડમાં વિતાવ્યું અને મૃત્યુ બાદ, તેના અસ્થીઓને પણ એક જગ્યાએથી બીજી જગ્યાએ ફરતાં રહ્યાં હતાં. કોલંબસે અમેરિકા ખંડ શોધ્યાનાં પાંચસો વર્ષ બાદ,

કોલંબસની ઓળખ ફરી વાર પ્રસ્થાપિત કરવાનાં પ્રયત્નો થઈ રહ્યાં છે. ઈતિહાસને સાચી દષ્ટિએ મુલવવા માટે કોલંબસની ઓળખ પ્રસ્થાપિત થાય એ જરૂરી છે.

તાજેતરમાં ક્રિસ્ટ્રોફર કોલંબસે, અમેરિકા ખંડ શોધ્યા બાદ, તેની જાણ કરતો પત્ર રાજા ફર્ડીનાન્ડને લખ્યો હતો. પત્રને નાનાં પુસ્તકમાં છાપીને પ્રકાશીત કરવામાં આવ્યો હતો.

પત્રની કિંમત એક કરોડ ત્રીસ લાખ ડોલર ગણાય છે. જે આજથી ચાલીસ વર્ષ પહેલાં ચોરાઈ ગયો હતો. કેલવેરનાં સિક્યુરિટી ઈન્વેસ્ટીગેટરોએ તેને શોધી કાઢ્યો હતો. જે ટૂંક સમયમાં પત્ર ઈટાલીને પાછો સોંપવામાં આવશે.

ક્રિસ્ટ્રોફર કોલંબસની જીંદગીનાં વણાએલ ઈતિહાસ, રહસ્ય પર પડદો ઉઠાવવા માટે વિજ્ઞાન સફળ થશે ? કોલંબસનાં જીવનનાં વિજ્ઞાન પાસાનો અંદાજ મેળવીએ.

વિશ્વ તેને ક્રિસ્ટ્રોફર કોલંબસ ના નામે ઓળખે છે. ઈટાલીયનમાં તે ક્રિસ્ટ્રોફોરો કોલોમ્બો અને સ્પેનીસમાં તે ક્રિસ્ટ્રોબાલ કોલોન છે. ચાર ચાર મહાસાગર ઓળંગીને અમેરિકા ખંડ પહોંચનાર કોલંબસ, જીવનનાં આખરી દિવસોમાં સ્પેન પાછો ફર્યો હતો. ૨૦ મે ૧૫૦૬ના રોજ સ્પેનનાં વાલાડોલીડ ખાતે અવસાન પામ્યા.

તેનાં અવશેષો થોડો સમય વાલાડોલીડ ખાતે રહ્યાં, ત્યારબાદ દક્ષિણ સ્પેનનાં સેવીલે આવેલ લા કાર્દુજા મોનાસ્ટરીમાં તેના અવશેષો દફનાવવામાં આવ્યા. કોલંબસની ઈચ્છા હતી કે તેના અસ્થી અમેરીકા ખંડની જુમી પર

દફનાવવામાં આવે. તેનો પુત્ર ડિઆગો કોલોન હિસ્પેનાઈલાનો ગર્વનર નિમવામાં આવ્યો હતો.

૧૫૩૭માં કોલંબસનાં અસ્થીઓ કેરીબીયન ગયું. ક્રિસ્પેનોઈલાના શાન્ટા ડોમીંગો કેથેડ્રલમાં દફનાવવામાં આવ્યા. ૧૭૮૫ સુધી અસ્થીઓ અહીં રહ્યા. એ હિસ્પાનોઈલાનો કબજો ફ્રાન્સ પાસે આવ્યો એટલે કોલંબસનાં અસ્થીઓને ઉઠાવીને ફરીવાર ક્યુબાનાં હવાના ખાતે લઈ જવામાં આવ્યા.

૧૮૯૮માં સ્પેનીસ-અમેરિકન યુદ્ધ થયું અને ફરીવાર કોલંબસનાં અસ્થીઓને લાવીને સ્પેનનાં 'સેવીલે' ખાતે પાછા લાવવામાં આવ્યા. કોલંબસની મૃત્યુ બાદની આ સફરની આ સત્તાવાર કહાની માનવામાં આવે છે.

કહેવાય છે કે, ૧૮૭૧માં કેટલાક મજુરો શાન્ટા કોસીંગો કેથેડ્રલનું ખોદકામ કરતા હતા ત્યારે સીસાની બનેલી શબપેટી મળી જેના ઉપર નામ લખ્યુ હતું. 'ડોન ક્રિસ્ટ્રોબાલ કોલોન' જેનો મતલબ એ થાય કે જ્યારે ફ્રાન્સનાં હાથમાં હિસ્પેનોઈલા આવ્યું ત્યારે સ્પેનીસ લોકો કોઈ બીજી વ્યક્તિની શબપેટીને કોલંબસના અસ્થીઓ ગણી લઈ ગયા હતા. કોલંબસનાં અસ્થીઓ તો શાન્ટા ડોમીન્ગો કેથેડ્રલમાં જ રહ્યા હતા.

શાન્તા ડોમીન્ગો ખાતે મજુરોએ ખોદી કાઢેલ પેટીવાળા કે હાલમાં સ્પેનમાં રહેલ 'સેવીલે' ખાતે દફન કરવામાં આવેલ અસ્થીઓ ? વાર્તામાં બીજો વણાંક એ આવ્યો કે ૨૦૧૨માં ફરનાડી બ્રાન્ડી દ્વારા પુસ્તક પ્રકાશિત થયું જેમાં કોલંબસને પેડ્રો અગદે તરીકે ઓળખવામાં આવ્યો હતો. જે પોર્ટુગીઝ હતો. હવે ક્રિસ્ટ્રોફર કોલંબસનો સાચી ઓળખ મેળવવા માટે તેનો ડીએનએ ટેસ્ટ કરવો ખૂબ જ જરૂરી બની ગયું છે !

એનું નામ હતું ગોર્ડન કુપર. ગોર્ડન કુપર એરોસ્પેસ ઇજનેર હતો. અમેરીકાનાં પ્રોજેક્ટ મરક્યુરી માટે સિલેક્ટ થયેલા, સાત અંતરિક્ષયાત્રીમાંથી એક હતાં. ૧૯૬૩માં તેઓ મરક્યુરી એટલાસની છેલ્લી ફ્લાઇટમાં એકલા જઈને અંતરિક્ષ યાત્રા કરી અનેક રેકોર્ડ બનાવ્યા. આખો દિવસ અંતરિક્ષમાં વિતાવનાર તેઓ પ્રથમ અંતરિક્ષ યાત્રી હતાં.

અંતરિક્ષમાં 'ઊંઘ' લેનાર પણ તેઓ પ્રથમ અંતરિક્ષ યાત્રી હતાં. અને છેલ્લે માત્ર એક જ વ્યક્તિ અંતરિક્ષયાનમાં એકલી જ ગઈ હોય તેવી 'સોલો' અંતરિક્ષયાત્રા કરનાર છેલ્લા અંતરિક્ષયાત્રી પણ ગોર્ડન કુપર હતાં. અમેરિકા અને રશીયા વચ્ચે કોલ્ડવોર ચાલતું હતું. ક્યુબાનો 'મિસાઇલ ક્રાઇસીસ' નાં કારણે બંને દેશો વચ્ચે તંગદીલી વધી હતી.

નાસાએ ગોર્ડન કુપરને અનેક વૈજ્ઞાનિક કામ સોંપ્યા હતા. ઉપરાંત અમેરિકન સરકારે તેને અનોખું કામ આપ્યું હતું. અંતરિક્ષમાં રહીને પૃથ્વીનાં

જેટલાં ફોટોગ્રાફ લેવાય તેટલાં લઈ લેવાં. અમેરીકા રશીયાની લશ્કરી હિલચાલ જાણવા માંગતું હતું.

પોતાના કાર્ય ઉપરાંત ગોર્ડન કુપરે પાંચ હજાર તસ્વીરો ખેચી હતી. તસ્વીરોનાં આધારે રશીયાનાં છુપા ન્યુક્લીઅર બેઝ અને મહાસાગરમાં છુપાએલી સબમરીનનાં નકશા તૈયાર કરવાના હતા.

જેનો આધાર ગોર્ડન કુપરે લીધેલ ફોટોગ્રાફ હતાં. ગોર્ડન કુપર શોધવા ગયા રશીઅન લોકેશન પરંતુ તેમને કેરેલીયન ટાપુ નજીક બીજી અસમાનતા નજરે પડી. જે રશીયા સાથે સંકળાયેલી ન હતી.

પૃથ્વી પર આવ્યા પછી તેમણે નાસાને આ અસમાનતાની વાત કરી નહીં. ફોટોગ્રાફમાં દેખાતી અજુગતાં સ્થાન શું હતાં ? પૃથ્વી પર આવીને તેમણે એક નકશો તૈયાર કર્યો. અને જાતે જ તે સ્થાનની ચકાસણી કરવાનું નક્કી કર્યું.

આખરે તેમને જાણવા મળ્યું કે નકશામાં જે દેખાતું હતું એ જહાજનો ભંગાર હતો જે કેરેબીઅન ટાપુથી સ્પેન સુધીનો પ્રાચીન વ્યાપાર માર્ગ દર્શાવતા હતાં. ૨૦૦૪માં મૃત્યુ સમયે તેમણે નકશો તેમનાં મિત્ર કેરેલ મિકલોસને આપ્યો.

અને તેમણે આજથી ૫૦૦ વર્ષ પહેલાં ક્રિસ્ટોફર કોલંબસ જે માર્ગે જળમુસાફરી કરી હતી. એ માર્ગે રહેલ તૂટેલા જહાજોમાં રહેલ 'ખજાના' શોધી કાઢ્યા હતાં. તેમાં મહત્ત્વની શોધ સ્પેનીસ વહાણવટી વિન્સેન્ટ યોનઝપિત્ઝોમનાં જહાજની હતી. જે ક્રિસ્ટોફર કોલંબસ સાથે અમેરિકા ખંડ તરફ જતાં હતાં. ક્રિસ્ટોફર કોલંબસ એક દંતકથા બની ગયા. જેને પોતાની ઓળખ માટે વિજ્ઞાનની જરૂર હતી.

ઇતિહાસકાર કહે છે કે કોલંબસ ડોમેનીકો કોલોમ્બો, જે ઉનનાં કાપડનો વેપારી અથવા વણકર હતાં તેનો પુત્ર હતો. મેન્યુઅલ રોસા, જે ઇજનેર છે તેનાં સંશોધનબાદ પ્રકાશીત થયેલ પુસ્તક કોલંબસ-ધ અનટોલ્ડ સ્ટોરીમાં કોલંબસને પોર્ટુગલનાં ઉમરાવ ખાનદાનનું ગેરકાયદેસર સંતાન માનવામાં આવે છે. જેનું નામ પેડ્રો અટાદ હતું.

જે કોલંબસનાં નકલી નામે જીવતો હતો. આવા શંકાસ્પદ વાતાવરણમાં વૈજ્ઞાનિકોને ત્રણ વ્યક્તિ એટલે કે ખુદ કોલંબસ. તેનાં પુત્ર ફર્નાન્ડો અને ભાઈ ડિઆગો કોલંબસનાં અસ્થીમાંથી મેળવેલ ડિએનએ ચકાસણી કરવાની હતી. જેથી દૂધનું દૂધ અને પાણી અલગ થઈ જાય.

સ્પેનનાં યુનિ. ઓફ ગ્રાનાડાનાં ડૉ. એન્ટોનીઓ લોરેન્ટો, ઇટાલી, જર્મની અને અમેરિકાનાં ૨૦ જેટલાં વૈજ્ઞાનિકોની ટીમ સ્પેનમાંથી મળેલ અસ્થીઓની ડિએનએ ચકાસણી કરી રહ્યાં છે. ડોમેનીકન રીપબ્લીક કોલંબસનાં અસ્થીની ડિએનએ ચકાસણી સ્પેન અને તેનાં સહયોગી સાથે કરાવવા માંગતા નથી.

સમસ્યા બીજી પણ છે. ત્રણેય વ્યક્તિનાં હાડકામાંથી ડિએનએ પૂરેપૂરું મળે તેમ નથી. કોલંબસનાં અવશેષો કેટલીયવાર અહીંથી તહીં કરતાં રહ્યાં હોવાથી તેની વિશ્વસનીયતા ઉપર પણ સંદેહ પેદા થાય છે. સ્પેન, સેવીલેમાંથી મેળવેલ ડિએનએ સેમ્પલ પરથી કોઈ નિર્ણાયક તથ્ય પર પહોંચવું વૈજ્ઞાનિકો માટે મુશ્કેલ છે.

ડિઆગોનાં ડિએનએ સેમ્પલ પણ પૂરતી માત્રામાં નથી. માત્ર ફરનાન્ડોનાં હાડકામાં ડિએનએ સરખામણીમાં થોડું વધારે સારી રીતે સચવાયેલાં છે. યુની. ઓફ ટોરવેગારા, ઇટાલીનાં મોલેક્યુલર બાયોલોજિસ્ટ સ્પેન, ફ્રાન્સ અને ઇટાલીમાં કોલંબસ, કોલોમ્બો, કોલોમ અથવા કોઉલો અટકવાળી દરેક ફેમીલીનાં એક રાજ્યનાં ડિએનએને કોલંબસનાં ડિએનએ સાથે સરખાવવાની વાત કરે છે. જે માટે માત્ર પુરુષોનાં વાય-કોમોઝોમનાં જિનેટીક મટીરીઅલને ચકાસવાનાં છે.

માતા તરફથી મળતાં ડિએનએની ચકાસણીમાં ડિઆગો અને ફર્નાન્ડોનાં ડિએનએ મળતાં આવે છે. ૨૦૦૨માં કોલંબસ અને તેનાં ભાઈનાં માયરોકોન્ડ્રીઅલ ડિએનએ, માસીઅલ કાસ્ટ્રોએ તપાસીને મળતા આવતા હોવાનું જાહેર કર્યું હતું. હવે ટેકનોલોજી ખૂબ જ આગળ વધી છે એટલે ફરી એકવાર વધારે ચોકસાઈથી ક્રિસ્ટોફર, કોલંબસની સાચી ઓળખ પ્રસ્થાપિત થશે. માત્ર સમયની રાહ જોવાની છે.

૩ ઓગસ્ટ, ૧૪૯૨નાં રોજ સ્પેનનાં પાલોસ બંદરેથી ક્રિસ્ટોફર કોલંબસે મરીમસાલા અને સોનું મેળવવા માટે પશ્ચિમનાં માર્ગે થઈને એશીયા એટલે કે ભારત આવવાનો તેનો ઈરાદો હતો. ત્રણ મોટા વહાણ નિના, પિન્ટા અને શાન્તા મારીઆ લઈને તે દરિયો ખેડવા નીકળ્યો હતો. તેની સાગર યાત્રાને સ્પેનનાં રાજાએ આર્થિક મદદ કરી હોવાથી,

કેટલાંક લોકો માને છે કે કોલંબસ સ્પેનીશ હતો. કેટલાંક તેને ઇટાલીઅન માને છે. નવા પુરાવાનાં આધારે લોકો તેને પોર્ટુગીઝ માને છે. જે ડબલ એન્જિનનું કામ કરતો હતો. પોર્ટુગલ અને સ્પેન બંને માટે તે કામ કરતો હતો ખરેખર કોલંબસ કોણ હતો ? ઇતિહાસકાર ગૂચવાઈ ગયા છે એટલે વિજ્ઞાનની સહાય લેવી પડશે ?

ઇતિહાસકાર માને છે કે ઉત્તર-પશ્ચિમ ઇટાલીનાં લીગુટીયા વિસ્તારમાં કોલંબસનો જન્મ થયો હતો. તેના પિતા ઉન અને કાપડ વણનાર હતાં. તે સમયે ઇટાલી અખંડ રાષ્ટ્ર ન હતું. લીગુટીયા જિનેવા રાજ્યની રાજધાની હતું. જિનેવાને અનેક સ્પેનીસ રજવાડા સાથે વેપાર સંબંધ હતો. તેનાં પુત્રએ પણ પિતાની જીવનકથામાં જિનેવાનો ઉલ્લેખ કર્યો છે.

કહેવાય છે કે કોલંબસે પોતાના લખાણ અને વિલમાં તે જીનીવાનો વતની હોવાની વાત કરી છે. યુનિ. ઓફ લિસ્બનનાં સીવીલ ઇજનેરે ૨૦૧૨માં પુસ્તક પ્રકાશીત કર્યું હતું તેમાં કોલંબસ પોર્ટુગલનાં ઉમરાવ ખાનદાનનું ફરજંદ હોવાની વાત લખી છે. તેનું પોર્ટુગીસ નામ પેડ્રો અટાદ હોવાનું અને તે પોર્ટુગીઝ ઉમરાવનું ગેરકાયદેસરનું સંતાન હોવાની વાત લખી છે.

પેડ્રો ૧૪૭૬માં દરીયાઈ યુદ્ધમાં માર્યા ગયાની વાત લખે છે. ખરેખર તે જીવ બચાવીને પોતાની ઓળખ છુપાવીને કોલંબસ તરીકે જીવતો હતો. મેન્યુઅલ રોસા નામના નિષ્ણાંતે દસ્તાવેજી પુરાવા સાથે પુસ્તક લખ્યું છે જેનું નામ છે કોલંબસ 'ધ અનટોલ્ડ સ્ટોરી' જેમાં કોલંબસનું પોર્ટુગીઝ કનેકશન પણ આલેખેલું છે.

૨૦૦૯નાં જ્યોર્જટાઉન યુનિ.નાં પ્રો. એસ્ટેલ ઇરીઝારી એ પુસ્તક લખ્યું છે "ક્રિસ્ટોફર કોલંબસ : ડિએનએ ઓફ હીઝ રાઇટીંગ." કોલંબસની ભાષાનો અભ્યાસ કરીને એસ્ટેલ લખે છે કે કોલંબસ ખરેખર યહુદી હતો. તે સમયે યહુદીઓ પર અત્યાચાર અને ધર્મપરીવર્તન થતા હોવાથી કોલંબસે પોતાની ઓળખ છુપાવી હતી. કોલંબસ 'લાદીનો' ભાષા શીખ્યો હતો. જે કાસ્ટીલીઅન સ્પેનીસ અને યીદીસ હાઇબ્રીડ સ્વરૂપ હતી.

રિસ્ટોફર કોલંબસ, અમેરિકાની તેમની શોધ માટે વિશ્વ પ્રસિદ્ધ, થયો હતો 9 ઓક્ટોબરકોર્સિકા ટાપુ પર 1451 કોલંબસનું વ્યક્તિત્વ અને ભાવિ અસ્પષ્ટ, અસ્પષ્ટ અને નવલકથા સમાન છે. તેમના મૂળ અને તેમના જન્મ સ્થળ વિશે લાંબા, જુસ્સાદાર વિદ્વતાપૂર્ણ વિવાદો હતા. અત્યાર સુધી, ઇટાલી અને સ્પેનના છ શહેરો તેના વતન હોવાના અધિકારનો વિવાદ કરે છે. દંતકથાઓ તેમના જીવનની ઘણી ઘટનાઓની આસપાસ ઉછર્યા છે, જે હજુ સુધી સંપૂર્ણ રીતે ડિબંક કરવામાં આવી નથી.

મુસાફરીના તમામ સમય માટે, ક્રિસ્ટોફર કોલંબસે 4 અભિયાનો કર્યા. અધિકૃત રીતે એટલાન્ટિક મહાસાગર પાર કરનાર તે પ્રથમ વ્યક્તિ હતા. તેમનો ધ્યેય એક એવો દેશ હતો જેમાં ઘણું સોનું હતું.તેના મતે, આ દેશ તેણે શોધેલી નવી જમીન હતી, એટલે કે ઉત્તર અમેરિકા.

કોલંબસની પ્રથમ સફર (1492-1493)એ એટલાન્ટિક મહાસાગરમાં નવો માર્ગ ખોલ્યો. કોલંબસ સરગાસો સમુદ્રને પાર કરનાર પ્રથમ નેવિગેટર બન્યો, જ્યાં શેવાળ એટલાન્ટિકના હજારો ચોરસ કિલોમીટરને આવરી લે છે. 33 દિવસની સફર પછી પ્રવાસીઓએ ટાપુ જોયો. તેણે ટાપુઓને સ્પેનિશ તાજની મિલકત જાહેર કરી અને તેને સાન સાલ્વાડોર, ફર્નાન્ડિના અને સાન્ટા મારિયા ડે લા કોન્સેપ્સિયન નામ આપ્યું. હવે આ ટાપુઓ બહામાસ દ્વીપસમૂહનો ભાગ છે.

આગળ, કોલંબસ લગભગ ગયો. ક્યુબા, જે, સ્થાનિક ભારતીયોના મતે, એક એવી જગ્યા છે જ્યાં સોનું અને મસાલા વહન કરવામાં આવે છે. કોલંબસે વિચાર્યું કે આ તે કલ્પિત સ્થળ છે જ્યાં તેણે સફર કરવાનું સ્વપ્ન જોયું હતું. પરંતુ દક્ષિણમાં આગળ જતાં, કોલંબસે અન્ય એક વસ્તી ધરાવતો ટાપુ જોયો, તેને હિસ્પેનિઓલા (હૈતી અને ડોમિનિકન રિપબ્લિકનો ટાપુ) કહે છે.

ફોર્ટ લા નવીદાદ ટાપુ પર બાંધવામાં આવ્યું હતું, જ્યાં 39 સ્પેનિયાર્ડ્સ બાકી હતા. કોલંબસે પ્રયાણ કર્યું, પરંતુ હિસ્પેનિઓલાના દરિયાકાંઠે, થાકેલા ખલાસીઓએ સ્પેન પાછા ફરવાની માંગ કરી. સ્પેનિશ રાજાઓએ કોલંબસને હીરો તરીકે સ્વીકાર્યો.

પાંચ મહિના પછી, બીજું અભિયાન (1493-1496) તૈયાર કરવામાં આવ્યું હતું. સપ્ટેમ્બર 1493 માં, નવી દુનિયામાં વસાહત બનાવવાના પ્રયાસમાં 17 જહાજોએ કેડિઝ બંદર છોડી દીધું. તેઓ પાદરીઓ, સૈનિકો, ખેડૂતો અને તેમના ઢોરને લઈ જતા હતા. કોલંબસ તેના કાફલાને એન્ટિલેસ દ્વારા દક્ષિણપશ્ચિમ તરફ દોરી ગયો.

ફોર્ટ નવીદાદ પર પાછા ફરતા, કોલંબસે શોધ્યું કે ત્યાં છોડી ગયેલા સ્પેનિયાર્ડ્સ લોહિયાળ ઘટનામાં મૃત્યુ પામ્યા હતા. સ્થાનિક ભારતીયોની તમામ સમસ્યાઓ સોનાથી શરૂ થઈ હતી, કારણ કે યુરોપિયનો લોભથી પ્રેરિત હતા.

1494 માં ન્યુ વર્લ્ડની પ્રથમ વસાહતની સ્થાપના કરવામાં આવી હતી. કોલંબસ હંમેશા ઇચ્છતો હતો કે તેના દેશબંધુઓ અને ભારતીયો શાંતિથી રહે. વસાહતના સંચાલનને લઈને ફાટી નીકળેલા સંઘર્ષે સ્પેનિયાર્ડ્સર્ની નજરમાં કોલંબસની છબીને કલંકિત કરી. એડમિરલે હિસ્પેનિઓલા છોડી દીધું, જેને તે હજુ પણ જાપાન માનતો હતો, અને ખંડનું તેનું સંશોધન ચાલુ રાખ્યું.

ત્રીજું અભિયાન (1498-1500). કોલંબસ એક પ્રવાસ પર નીકળ્યો જે વિષુવવૃત્તના સ્તરે, 6 જહાજોના મથાળે દોડ્યો હતો. 31 જુલાઈના રોજ, તેણે દક્ષિણ અમેરિકા ખંડમાં લંગર લગાવી, તે વિચારીને કે તે ભારતમાં આવી ગયો છે. કોલંબસે સ્વર્ગ તરીકે શોધેલા નવા સ્થાનો વિશે લખ્યું. તેણે જે શોધ્યું તે વિશે તેના માથામાં શંકાઓ ઊભી થઈ. તે તાજા પાણીની વિપુલતા હતી જેણે તેને ધરતીનું સ્વર્ગ ખોલવાના વિચાર માટે પ્રોત્સાહિત કર્યા. આનાથી કોલંબસના મનમાં વાદળ છવાઈ ગયું.

જ્યારે કોલંબસ પાછો ફર્યો Espanyola, તેઓ એક હુલ્લડ સાથે મળ્યા હતા. એડમિરલની ધરપકડ કરવામાં આવી હતી અને તેને સ્પેન મોકલવામાં આવ્યો હતો. અપમાનિત અને અપમાનિત, કોલંબસ ફ્રાન્સિસ્કન્સ પાસે ગયો. તેના દિવસોના અંત સુધી, તે મઠના કાસોક પહેરશે.

કોલંબસ શાસકોની તરફેણમાં ન હોવા છતાં, તે હજુ પણ છેલ્લી વખત તેમને આગામી ચોથા અભિયાન (1502-1504) માટે જહાજો પ્રદાન કરવા માટે સમજાવવામાં સફળ રહ્યો. 14 ઓગસ્ટ, 1502ના રોજ, કોલંબસ હોન્ડુરાસના દરિયાકિનારે ઉતર્યો. તેનું વહાણ વાવાઝોડામાં ફસાઈ જાય ત્યાં સુધી 48 દિવસ સુધી તેણે દરિયાકિનારે સફર કરી.

તેણે પનામાના કિનારે લંગર લગાવવાનો આદેશ આપ્યો. તેને ખાતરી હતી કે તેને તેની સામુદ્રધુની મળી ગઈ છે, અને જમીનના પેચની બહાર બીજો મહાસાગર છે. જો કે, તેને ત્યાં સામુદ્રધુની મળી ન હતી. પરંતુ અંતર્જ્ઞાન નેવિગેટરને નિરાશ ન કરી, અને 400 વર્ષ પછી, પનામા કેનાલ તે જ જગ્યાએ ખોલવામાં આવશે.

કોલંબસના સપના ચકનાચૂર થઈ ગયા. પનામાના અખાતમાં બે જહાજો છોડીને, તેઓ ઉપડ્યા અને કેરેબિયનમાં ફરી એક તીવ્ર તોફાનમાં પડ્યા. જહાજોને જમૈકાના દરિયાકિનારે ઉતરવાની અને ત્યાં કાયમ રહેવાની ફરજ પડી હતી.

આખું વર્ષ તેઓ ટાપુના બંદીવાન રહ્યા. તેઓને પસાર થતા જહાજ દ્વારા બચાવી લેવામાં આવ્યા હતા. કોલંબસ ભયંકર રીતે બીમાર, નાખુશ અને નિષ્ફળતાઓથી ભાંગી ઘરે પરત ફર્યો. 1506 માં, કોલમ્બા સ્પેનના એક નાના શહેરમાં મૃત્યુ પામ્યા.

ક્રિસ્ટોફર કોલંબસ- પંદરમી સદીના પ્રખ્યાત સ્પેનિશ નેવિગેટર. તેમનો જન્મ 1451માં ઈટાલીમાં એક ગરીબ પરિવારમાં થયો હતો. જો કે, તેના જીવંત મન માટે આભાર, તેને સારું શિક્ષણ મેળવ્યું. તેણે પાવિયા યુનિવર્સિટીમાંથી સ્નાતક થયા, અને પછી તે સમયના દરિયાકાંઠાની એક પુત્રી સાથે લગ્ન કર્યા, જે વ્યવસાયની ભાવિ પસંદગીમાં ભૂમિકા ભજવી શકે છે.

કોલંબસ યુરોપથી ભારત સુધીનો સૌથી ટૂંકો દરિયાઈ માર્ગ શોધવાનો પ્રયાસ કરી રહ્યો હતો. કુલ મળીને, તેણે આવી 4 સફર કરી, અને તેમાંથી પ્રથમ દરમિયાન તેણે અમેરિકાની શોધ કરી, પરંતુ તેના જીવનકાળ દરમિયાન તેને તેના વિશે ક્યારેય જાણ થઈ નહીં.

તે દિવસોમાં, એવું માનવામાં આવતું હતું કે જો તમે એટલાન્ટિક મહાસાગરને પાર કરો છો, તો તમે તરત જ તમારી જાતને એશિયામાં, ચીનના કિનારે શોધી શકો છો. ભૂગોળશાસ્ત્રી પાઓલો ટોસ્કેનેલીએ ગણતરી કરી કે એટલાન્ટિકના એશિયાના દરિયાકાંઠે જવા માટે, તમારે 5600 કિમી તરવાની જરૂર છે,

કોલંબસે બધી જરૂરી ગણતરીઓ કરી અને તે બહાર આવ્યું કે આ અંતરે જ તેણે જમીનની શોધ કરી. તેને ખાતરી હતી કે તેણે ભારતનો રસ્તો ખોલી દીધો

છે, તેથી તેણે સ્થાનિકોને ભારતીય તરીકે ઓળખાવ્યા.

તેણે પ્રથમ ઝુંબેશ માટે ખૂબ લાંબા સમય સુધી તૈયારી કરી - દસ વર્ષથી વધુ. જુદા જુદા જહાજો પર ગયા, ઘણી જગ્યાઓની મુલાકાત લીધી. આ બધા સમય તેઓ સ્વ-શિક્ષણમાં રોકાયેલા હતા, તે સમયના ઘણા વૈજ્ઞાનિકો સાથે પત્રવ્યવહાર કરતા હતા.

મુખ્ય સમસ્યા એ હતી કે લાંબા સમયથી તે આ અભિયાન માટે પ્રાયોજક શોધી શક્યો ન હતો અને તેને સતત ઇનકાર કરવામાં આવ્યો હતો. પરિણામે, સ્પેનિશ રાણી ઇસાબેલાનું સમર્થન પ્રાપ્ત કરીને, તે ફક્ત 1492 માં જ તેની પ્રથમ ઝુંબેશ પર ગયો.

પ્રથમ ઝુંબેશમાંથી પાછા ફર્યા પછી, કોલંબસે સ્થાનિક લોકો પાસેથી મળેલા સોનાના દાગીના બતાવ્યા. સ્પેનના રાજા અને રાણીએ ઝડપથી બીજા અભિયાનનું આયોજન કર્યું, જે દરમિયાન કોલંબસ નવી જમીનોની વધુ સારી રીતે શોધખોળ કરી શક્યો.

પરંતુ તેના કમનસીબે, 1498 માં તેણે આફ્રિકા દ્વારા ભારતનો માર્ગ ખોલ્યો અને વેપાર કરવાનું શરૂ કર્યું. આ સિદ્ધિની પૃષ્ઠભૂમિ સામે, કોલંબસની બધી શોધો ભૂલી ગઈ હતી, કારણ કે તે ક્યારેય નવી જમીનો સાથે વેપાર શરૂ કરવામાં વ્યવસ્થાપિત ન હતો, અને તે સમયે ખુલ્લા પ્રદેશો કોઈ વ્યવહારિક લાભ લાવતા ન હતા.

કોલંબસનું મૃત્યુ 1506 માં ગરીબીમાં થયું હતું. તેની છેલ્લી ઝુંબેશથી, તે ગંભીર રીતે બીમાર પાછો ફર્યો અને લેણદારોનો પ્રતિકાર કરી શક્યો નહીં જેમણે તેની બધી મિલકત છીનવી લીધી.જો આ સંદેશ તમારા માટે ઉપયોગી હતો, તો મને તમને જોઈને આનંદ થશે

કોલંબસ (કોલંબો - ઇટાલિયન, કોલોન - સ્પેનિશ, કોલંબસ - લેટિન) ક્રિસ્ટોફર, જેનો જન્મ 25 ઓગસ્ટ, 1451 માં જેનોઆ (ઇટાલી) માં જન્મ થયો હતો, 20 મે, 1506 ના રોજ વેલાડોલિડ (સ્પેન), નેવિગેટરમાં મૃત્યુ પામ્યા હતા. તેમના નેતૃત્વ હેઠળ, ભારતનો સૌથી ટૂંકો માર્ગ શોધવા માટે ચાર અભિયાનો ભેગા કરવામાં આવ્યા હતા. તેમાંથી પ્રથમ દરમિયાન, અમેરિકાની શોધ થઈ (10/12/1492).

કોલંબસનો જન્મ ગરીબ પરિવારમાં થયો હતો.ખરેખર, તેનો પરિવાર શ્રીમંત ન હતો, પરંતુ આનાથી કોલંબસને સારું શિક્ષણ મેળવતા અટકાવ્યું ન હતું - કેટલાક સ્રોતો અનુસાર, તેણે પાવિયા યુનિવર્સિટીમાંથી સ્નાતક થયા. ડોના ફેલિપ મોનિઝ ડી પેલેસ્ટ્રેલો સાથેના લગ્ને સંભવતઃ નોંધપાત્ર ભૂમિકા ભજવી હતી, કારણ કે તેના પિતા પ્રિન્સ એનરિકના સમયના પ્રખ્યાત નેવિગેટર હતા.

વિશ્વને નવી દુનિયા આપનાર પ્રવાસી એ જાણ્યા વિના મૃત્યુ પામ્યો કે તેને ખોટો ખંડ મળી ગયો છે જે તે શોધી રહ્યો હતો.તે દિવસોમાં, એવી ધારણા હતી કે ભારત, ચીન અથવા જાપાન જવા માટે એટલાન્ટિક મહાસાગરને પાર કરવો જરૂરી છે. કોલંબસનું સમગ્ર અભિયાન દૂર પૂર્વમાં નવો સીધો માર્ગ ખોલવા માટે ચોક્કસ રીતે ગોઠવવામાં આવ્યો હતો.

ભૂગોળશાસ્ત્રી પાઓલો ટોસ્કેનેલીએ ગણતરી કરી હતી કે કિનારા સુધી પહોંચવામાં 5,600 કિમી લાગશે, જે કોલંબસની ગણતરી સાથે સુસંગત છે. પરિણામે, પ્રથમ સફર દરમિયાન નવી દુનિયાની શોધ કર્યા પછી, કોલંબસ છેલ્લે સુધી માને છે કે તે ચીનની સરહદ પર ઉતર્યો હતો.

કોલંબસે તેના પ્રથમ અભિયાનને લાંબા સમય સુધી સજ્જ કર્યું ન હતું.આ સાચુ નથી. તેણે તેના સાધનસામગ્રી માટે અભિયાનની કલ્પના કરી તે ક્ષણથી ઘણો સમય વીતી ગયો હતો. 1485 સુધી, કોલંબસે જેનોઇઝ અને પોર્ટુગીઝ જહાજો પર સેવા આપી, આયર્લેન્ડ, ઇંગ્લેન્ડ અને મડેઇરાની મુલાકાત લીધી.

આ સમયે, વેપાર ઉપરાંત, તે સ્વ-શિક્ષણમાં સઘન રીતે રોકાયેલ હતો. તેમણે તે સમયના પ્રખ્યાત વૈજ્ઞાનિકો અને નકશાકારો સાથે વ્યાપક પત્રવ્યવહાર કર્યો, નકશા તૈયાર કર્યા, શિપિંગ માર્ગોનો અભ્યાસ કર્યો. મોટે ભાગે, તે વર્ષોમાં જ તેમને પશ્ચિમી માર્ગે ભારત આવવાનો વિચાર આવ્યો હતો. સંભવત: 1475-1480 ના સમયગાળામાં. (કોઈ ચોક્કસ માહિતી નથી) તેણે પ્રથમ દરખાસ્ત વેપારીઓ અને જેનોઆ સરકારને મોકલી હતી.

તેણે આવા બીજા ઘણા પત્રો લખવાના હતા, લગભગ 10 વર્ષ સુધી તેને ફક્ત ઇનકાર જ મળ્યો. તદ્‌પરાંત, પોર્ટુગલના દરિયાકાંઠે બરબાદ થઈ ગયા પછી, તેણે પોર્ટુગીઝ રાજાને સમજાવવાનો લાંબા સમય સુધી પ્રયાસ કર્યો, અને થોડા ખોવાયેલા વર્ષો પછી જ સ્પેન ગયો. પરિણામે, સ્પેનિશ રાણી ઇસાબેલાના સમર્થનને કારણે તે ફક્ત 1492 માં જ તેની પ્રથમ અભિયાન પર જવા સક્ષમ હતો.

પ્રથમ અભિયાનમાંથી કોલંબસના પાછા ફરવાથી રાજકીય પરિસ્થિતિમાં વધારો થયો.જ્યારે કોલંબસ 1493 માં પાછો ફર્યો, નવી જમીનોની શોધ કરી, ત્યારે આ સંદેશે મનને ઉશ્કેર્યું અને સ્પેન અને પોર્ટુગલ વચ્ચેની પરિસ્થિતિને વધુ તીવ્ર બનાવી. તે સમય સુધી, પોર્ટુગલ આફ્રિકાના તમામ નવા માર્ગોનું મુખ્ય શોધક હતું. તેણીને કેનેરી ટાપુઓની દક્ષિણે તમામ જમીનો આપવામાં આવી હતી.

પરંતુ સ્પેનિશ રાજા ફર્ડિનાન્ડ અને રાણી ઇસાબેલા સ્પેનને નવી શોધાયેલી જમીનોના અધિકારો આપવાના ન હતા, જેના સંબંધમાં તેઓ પોપ એલેક્ઝાંડર

VI તરફ વળ્યા. પોપે નક્કી કર્યું કે એઝોર્સની પશ્ચિમમાં 600 કિમી, નકશા પર એક ઊભી રેખા (કહેવાતા પોપ મેરિડીયન) દોરવી જોઈએ, જેની પૂર્વમાં બધી જમીન પોર્ટુગલની હશે, અને પશ્ચિમમાં - સ્પેનની હશે. જો કે, પોર્ટુગીઝ રાજા આ નિર્ણય સાથે સહમત ન હતા,

કારણ કે આ કિસ્સામાં પોર્ટુગીઝ જહાજો સ્પેનિશ પ્રદેશમાં પ્રવેશ્યા વિના દક્ષિણ અને પૂર્વ તરફ જઈ શકતા ન હતા. પરિણામે, સ્પેનિયાડીએ છૂટછાટો આપી અને ઊભી રેખાને 1600 કિમી પશ્ચિમમાં ખસેડી. આ નિર્ણય કેટલો ઘાતક હશે તેની સ્પેન કલ્પના પણ કરી શકતું નથી. શાબ્દિક રીતે 7 વર્ષ પછી, 1500 માં, પોર્ટુગીઝ નેવિગેટર પેદ્રો કેબ્રાલ, ભારત તરફ જતા,

નકશા પર ચિહ્નિત ન હોય તેવી જમીન પર ઠોકર ખાધી. તે બહાર આવ્યું તેમ, નકશા પર દોરેલી રેખાએ પોર્ટુગલની તરફેણમાં આ ભાગને કાપી નાખ્યો, જેણે તરત જ તેના અધિકારોનો દાવો કર્યો. પરિણામે, અમેરિકાને નવા ખંડ તરીકે ઓળખવામાં આવે તે પહેલાં જ, ભાવિ બ્રાઝિલ પોર્ટુગલનો ભાગ બની ગયું.

કોલંબસનો આભાર, સ્થાનિકોને ભારતીય કહેવા લાગ્યા. યાદ કરો કે કોલંબસ ભારતને શોધી રહ્યો હતો અને જ્યારે તે બહામાસ પહોંચ્યો ત્યારે તેને સંપૂર્ણ ખાતરી હતી કે તેને તે મળી ગયું છે. તેથી, તેણે સ્થાનિકોને ભારતીય કહેવાનું શરૂ કર્યું. આ નામ આજ સુધી આદિવાસીઓ સાથે અટવાયેલું છે.

બડાઈ મારવા બદલ કોલંબસ બીજા અભિયાનને સજ્જ કરવામાં સફળ રહ્યો. કોઈ પણ ખાતરી માટે આની પુષ્ટિ કરી શકશે નહીં. પરંતુ તે જાણીતું છે કે બાર્સેલોના પરત ફર્યા પછી, કોલમ્બસે ખરેખર તેની સિદ્ધિઓની બડાઈ કરી.

તદુપરાંત, તેણે ભારતીય જમીનની સંપત્તિ વિશે વાત કરતી વખતે સ્થાનિક આદિવાસીઓ પાસેથી મેળવેલા સોનાના દાગીનાનું વારંવાર પ્રદર્શન કર્યું. તેમની મિથ્યાભિમાન કેટલીકવાર તેમને એટલો ઊંચો કરી દે છે કે તેમણે ગ્રેટ ખાન સાથે ભાવિ વાટાઘાટો વિશે વાત કરવાનું શરૂ કર્યું. તેથી, તે આશ્ચર્યજનક નથી કે સ્પેનના રાજા અને રાણી કોલંબસના ભાષણોને વશ થઈ શકે. કોઈ પણ સંજોગોમાં, તેઓએ ખૂબ જ ઝડપથી, પોપના સમર્થન સાથે, બીજા અભિયાનનું આયોજન કર્યું (1493 થી 1496 સુધી).

કોલંબસ એક ચાંચિયો હતો. આ એક ખૂબ જ વિવાદાસ્પદ છે. જો કે, એવા કેટલાક તથ્યો છે જે તેના શ્રેષ્ઠ લક્ષણોને દર્શાવતા નથી. બીજા અભિયાનના તેમના અહેવાલોમાં, તે સ્પેનથી પશુઓ, પુરવઠો અને સાધનો સાથે જહાજો મોકલવાનું કહે છે. આગળ, તે લખે છે: "ચુકવણી ... નરભક્ષક, ક્રૂર લોકોમાંથી ગુલામો દ્વારા કરી શકાય છે.

સારી રીતે બાંધવામાં આવેલ અને ખૂબ જ સ્માર્ટ." આનો અર્થ એ થયો કે તેણે સ્થાનિક રહેવાસીઓને સ્પેન માટે ગુલામો તરીકે પકડ્યા. હકીકતમાં, નવી જમીનોમાં તેની તમામ પ્રવૃત્તિઓ લૂંટફાટ અને લૂંટમાં ઘટાડી દેવામાં આવી હતી, જે ચાંચિયાઓની લાક્ષણિકતા છે, જો કે તે નકારી શકાય નહીં કે આ યુગના ઉછેરનું પરિણામ હોઈ શકે છે. અલબત્ત, તમે અમેરિકન ખંડની આગળની બધી મુશ્કેલીઓ માટે કોલમ્બસને દોષી ઠેરવી શકો છો, પરંતુ આ વાજબી હોવાની શક્યતા નથી. બીજાના પાપો માટે કોઈએ જવાબ આપવાની જરૂર નથી.

તમામ ખુલ્લી જમીન પર કોલંબસનો ઈજારો હતો.ખરેખર, પ્રથમ અભિયાનથી આગમન પર, કોલંબસ (ડોન ક્રિસ્ટોવલ કોલોન) ને સમુદ્રના એડમિરલ - મહાસાગર, વાઇસ - રાજા અને ભારતમાં શોધાયેલા ટાપુઓના ગવર્નરનું બિરુદ આપવામાં આવ્યું હતું. તેમનો એકાધિકાર નિર્વિવાદ હતો,

જ્યાં સુધી બીજા અભિયાન પછી એવું બહાર ન આવ્યું કે નવા પ્રદેશો ખૂબ વિશાળ છે અને એક વ્યક્તિ તેમના પર શાસન કરવા સક્ષમ નથી. 1499 માં, રાજાઓએ નવી જમીનોની શોધ પર કોલંબસની એકાધિકાર નાબૂદ કરી. આ મુખ્યત્વે એ હકીકતને કારણે હતું કે 1498 માં પોર્ટુગીઝ વાસ્કો દ ગામા દરિયાઈ માર્ગે વાસ્તવિક ભારતમાં ગયા અને તેની સાથે વેપાર સંબંધો શરૂ કર્યા. તેની સિદ્ધિઓની પૃષ્ઠભૂમિ સામે, કોલંબસ, તેની જટિલ પરિસ્થિતિ, તિજોરીમાં નાનો નફો અને નવા પ્રદેશોમાં તકરાર, જૂઠું લાગતું હતું. એક જ ક્ષણમાં, તેણે જીતેલા તમામ વિશેષાધિકારો ગુમાવી દીધા.

ક્રિસ્ટોફર કોલંબસે તેની ત્રણેય અભિયાનો ભવ્યતાપૂર્વક પૂર્ણ કરી.પ્રથમ અભિયાન કોલંબસને ખ્યાતિ લાવ્યું. બીજું, જેના માટે 17 જહાજો ફાળવવામાં આવ્યા હતા, તે ખુલ્લી જમીનોની સંપત્તિ વિશે શંકા લાવ્યા હતા. ત્રીજું અભિયાન કોલંબસ માટે ઘાતક હતું. તે દરમિયાન, તેણે જમીનના તમામ અધિકારો ગુમાવ્યા. ફ્રાન્સિસ્કો બોબાડિલા, અમર્યાદિત શક્તિઓ સાથે હિસ્પેનિઓલાને મોકલવામાં આવ્યો,

તેણે એડમિરલ અને તેના ભાઈઓ બાર્ટલોમિયો અને ડિએગોની ધરપકડ કરી. તેઓને બેડીઓ બાંધવામાં આવી હતી. કોલંબસને તેના પોતાના રસોઇયા દ્વારા બાંધવામાં આવ્યો હતો. તેઓ સેન્ડમિંગ ફોર્ટ્રેસમાં કેદ હતા. કોલંબસ પર "ક્રૂરતા અને દેશનું સંચાલન કરવામાં અસમર્થતા" નો આરોપ મૂકવામાં આવ્યો હતો.

બે મહિના પછી તેઓને બેકડીમાં સ્પેન મોકલવામાં આવ્યા. માત્ર બે વર્ષ પછી, રાજાઓએ કોલંબસ સામેના આરોપો છોડી દીધા. તેમને 2,000 સોનાના ટુકડા આપવામાં આવ્યા હતા, પરંતુ તેમને તેમની મિલકત અને પૈસા પાછ

આપવાનું વચન પૂરું થયું ન હતું.

ક્રિસ્ટોફર કોલંબસને સન્માન સાથે દફનાવવામાં આવ્યા હતા.ચોથા અભિયાનથી, કોલંબસ ગંભીર રીતે બીમાર થઈને પાછો ફર્યો. તેણે હજી પણ તેના અધિકારોનો બચાવ કરવાની આશા રાખી હતી, પરંતુ તેની આશ્રયદાતા, રાણી ઇસાબેલાના મૃત્યુ સાથે, આ આશા ઝાંખી પડી ગઈ. જીવનના અંતે તેને પૈસાની જરૂર હતી.

1505 માં, લેણદારોને ચૂકવવા માટે હિસ્પેનિઓલામાં કોલંબસની તમામ જંગમ અને સ્થાવર મિલકત વેચવાનો આદેશ આપવામાં આવ્યો હતો. 20 મે, 1506 ના રોજ, મહાન નેવિગેટરનું અવસાન થયું. કોઈએ તેના મૃત્યુની નોંધ લીધી નથી. પોર્ટુગીઝોના વિજયની પૃષ્ઠભૂમિ સામે તેમની શોધો લગભગ ભૂલી જવામાં આવી હતી. તેમનું મૃત્યુ 27 વર્ષ પછી જ નોંધાયું હતું. તેમના જીવનના અંતમાં, સંપત્તિ, સોના અને સન્માનના તેમના તમામ સપના સંપૂર્ણપણે નાશ પામ્યા હતા ...

(1451 - 1506)

ક્રિસ્ટોફર કોલંબસનો જન્મ 27 ઓક્ટોબર, 1451ના રોજ ઈટાલીના જેનોઆમાં થયો હતો. ક્રિસ્ટોફર કોલંબસ શાળાએ ગયો ન હતો તે હકીકત હોવા છતાં, તે બીજા કોઈની જેમ જાણતો હતો કે પૃથ્વી ગોળ છે. યુવાન ક્રિસ્ટોફર સતત મુસાફરી કરવાનું સપનું જોતો હતો ... કે તે એક દિવસ વિશ્વની બીજી બાજુએ સોનાના પર્વતો શોધશે.

જ્યારે કોલંબસ કિશોરવયનો હતો, ત્યારે તેને સમજાયું કે તેનું સ્વપ્ન સાકાર થવા માટે, તેણે જે વહાણો પર સફર કરશે તેના અંતર અને ઝડપની ગણતરી કરવા માટે તેને કેવી રીતે વાંચવું અને લખવું તેમજ ગણતરી શીખવાની જરૂર પડશે. અભ્યાસ દરમિયાન, ક્રિસ્ટોફર કોલંબસને માર્કી પોલો વિશે જાણ થઈ. 200 વર્ષ પહેલાં, માર્કી પોલોએ પૂર્વમાં પ્રવાસ કર્યો અને ભારત અને ચીનની શોધ કરી. માર્કી માત્ર તમામ પ્રકારની અવિશ્વસનીય વાર્તાઓ સાથે જ નહીં, પણ વિવિધ વિદેશી મસાલા, ફળો, કપડાં અને અન્ય સામાન સાથે ઇટાલી પરત ફર્યો.

ક્રિસ્ટોફર કોલંબસે સૂચવ્યું હતું કે પૃથ્વી ગોળ હોવાથી, માર્કી પોલોને જે ખજાનો મળ્યો હતો તે જ ખજાનો શોધવા માટે તે પશ્ચિમની મુસાફરી કરીને ભારત અને ચીન સુધી પહોંચી શકે છે! જ્યારે ક્રિસ્ટોફર આ વિચારથી મુગ્ધ થઈ ગયો હતો, ત્યારે કોઈએ કલ્પના પણ કરી ન હતી કે માર્ગમાં એક મોટો અવરોધ છે... ઉત્તર અને દક્ષિણ અમેરિકા!

કોલંબસે સ્પેનની રાણી ઇસાબેલા અને રાજા ફર્ડિનાન્ડને સોનું, મસાલા અને રેશમ લાવવાનું વચન આપીને તેની યોજનાને સ્પોન્સર કરવા કહ્યું. ક્રિસ્ટોફર

કોલંબસના જીવનચરિત્રમાં આ નિર્ધારિત ક્ષણોમાંની એક હતી. પરિણામે, તેમને ભંડોળની ફાળવણી કરવામાં આવી અને 3 ઓગસ્ટ, 1492 ના રોજ, તેમણે પ્રસ્થાન કર્યું.

2 મહિના પછી, ઓક્ટોબર 12 ના રોજ, ક્રિસ્ટોફર કોલંબસ અને તેના ક્રૂ ટાપુ પર ઉતર્યા જે હવે બહામાસ તરીકે ઓળખાય છે. વિશ્વાસપૂર્વક દરિયાકિનારે ચાલતા, કોલંબસે સ્થાનિકોને એશિયન મૂળના ચિહ્નો માટે પૂછ્યું. ક્રિસ્ટોફર સ્તબ્ધ થઈ ગયો... ટાપુઓના રહેવાસીઓએ માર્કો પોલોએ જે રીતે વર્ણન કર્યું હતું તે રીતે જોયું ન હતું. અને ચોક્કસપણે ત્યાં કોઈ સુવર્ણ પર્વતો ન હતા. પરંતુ તેમ છતાં, કોલંબસે વિચાર્યું કે તે એશિયામાં આવી ગયો છે, પરંતુ સ્થાનિક લોકો તેમના વિશે વાંચતા હોય તેવું લાગતું ન હોવાથી, તેણે નક્કી કર્યું કે તે ભારતમાં આવી ગયો છે!

ક્રિસ્ટોફર કોલંબસ માનતો હતો કે તે ભારતમાં છે, તે જ લોકોને મળ્યો હતો તે ભારતીય હતા, તેણે રાણી ઇસાબેલાને આની જાણ કરી. આમ જેઓ હવે અમેરિકન કહેવાય છે તેઓ ભારતીય તરીકે ઓળખાવા લાગ્યા.

કોલંબસ અને તેના 3 જહાજો ક્યુબા ગયા. હજુ પણ અજાણ હોવાથી, ક્રિસ્ટોફર કોલમ્બસે જાહેર કર્યું કે તેઓ જાપાન પહોંચ્યા છે! પરંતુ હકીકતમાં, તે અડધા ગ્રહ દ્વારા ભૂલથી હતો! કોલંબસ એવા ખંડ પર ઉતર્યો કે જેનું અસ્તિત્વ યુરોપિયનોને પણ ખબર ન હતી. તે સમયે એટલાન્ટિક મહાસાગરની મધ્યમાં જમીનના અસ્તિત્વ વિશે કોઈ માહિતી અથવા અફવાઓ પણ નહોતી! કોઈ આશ્ચર્ય નથી કે કોલંબસે વિચાર્યું કે તે ભારત અને જાપાનમાં આવી ગયો છે.

કોલંબસે 4 વખત પ્રવાસ કર્યો જે "નવી દુનિયા" અને પછીથી અમેરિકા તરીકે જાણીતું બન્યું. પરંતુ ક્રિસ્ટોફર કોલંબસ ક્યારેય જાણતો ન હતો કે તેણે અમેરિકાની શોધ કરી હતી. તેમના મૃત્યુ પહેલા, 20 મે, 1506 ના રોજ, તેમને ખાતરી થઈ ગઈ હતી કે તેઓ એશિયા ગયા છે. આ ક્રિસ્ટોફર કોલંબસના સંક્ષિપ્ત જીવનચરિત્રનો અંત છે. કોલંબસ પ્રથમ વખત 14 વર્ષની ઉંમરે દરિયાઈ સફર પર ગયો હતો.

તેના પ્રથમ અભિયાનમાં, કોલંબસે ત્રણ જહાજો સજ્જ કર્યા - સાન્ટા મારિયા (ફ્લેગશિપ), પિન્ટા અને નીના. ફ્લોટિલા ટીમમાં માત્ર 90 લોકો સામેલ હતા. અભિયાન દરમિયાન, અમેરિકાની શોધ કરવામાં આવી હતી, જે, જોકે, ક્રિસ્ટોફર કોલંબસે પૂર્વ એશિયાને ધ્યાનમાં લીધું હતું, જે જાહેરાતના કારણોસર આંશિક રીતે તેને પૂર્વ ઇન્ડીઝ તરીકે ઓળખાવ્યું હતું. યુરોપિયનોએ સૌપ્રથમ કેરેબિયનના ટાપુઓમાં પ્રવેશ કર્યો - હિસ્પેનિઓલા (હૈતી), જુઆન (ક્યુબા). આ પ્રવાસથી નવી દુનિયામાં સ્પેનના વિસ્તરણની શરૂઆત થઈ.

કોલંબસના બીજા ફ્લોટિલામાં પહેલેથી જ 17 જહાજો હતા. ફ્લેગશિપ - "મારિયા ગેલેન્ટે" (વિસ્થાપન 200 ટન). વિવિધ સ્રોતો અનુસાર, આ અભિયાનમાં 1500-2500 લોકોનો સમાવેશ થાય છે. ત્યાં પહેલેથી જ ખલાસીઓ જ નહીં, પણ સાધુઓ, પાદરીઓ, અધિકારીઓ, સેવા ઉમરાવો (હિડાલ્ગો), દરબારીઓ પણ હતા. તેઓ કાયમી વસાહત ગોઠવવા માટે તેમની સાથે ધોડા અને ગધેડા, ઢોર અને ડુક્કર, વેલા, કૃષિ પાકના બીજ લાવ્યા.

અભિયાન દરમિયાન, હિસ્પેનિઓલાનો સંપૂર્ણ વિજય હાથ ધરવામાં આવ્યો હતો, સ્થાનિક વસ્તીનો સામૂહિક સંહાર શરૂ થયો હતો. સાન્ટો ડોમિંગો શહેરની સ્થાપના કરવામાં આવી હતી. વેસ્ટ ઈન્ડિઝ માટે સૌથી અનુકૂળ દરિયાઈ માર્ગ નાખવામાં આવ્યો હતો. લેસર એન્ટિલેસ, વર્જિન ટાપુઓ, પ્યુઅટી રિકોના ટાપુઓ, જમૈકાની શોધ કરવામાં આવી છે અને ક્યુબાના દક્ષિણ કિનારે લગભગ સંપૂર્ણ રીતે સંશોધન કરવામાં આવ્યું છે. તે જ સમયે, કોલંબસ દાવો કરવાનું ચાલુ રાખે છે કે તે પશ્ચિમ ભારતમાં છે.

તેઓ ત્રીજા અભિયાન માટે થોડા પૈસા શોધવામાં સફળ થયા, અને ફક્ત છ નાના જહાજો અને લગભગ 300 ક્રૂ સભ્યો કોલંબસ સાથે ગયા, અને સ્પેનિશ જેલના ગુનેગારોને ટીમમાં સ્વીકારવામાં આવ્યા.

ક્રિસ્ટોફર કોલંબસ હજુ પણ તેણે શોધેલી જમીનોમાંથી દક્ષિણ એશિયા સુધી, મસાલાના સ્રોત સુધી નવો રસ્તો શોધવા માંગતા હતા. તેને ખાતરી હતી કે આવો માર્ગ અસ્તિત્વમાં છે, કારણ કે તેણે ક્યુબાના દરિયાકાંઠે મજબૂત દરિયાઈ પ્રવાહ જોયો હતો, કેરેબિયન સમુદ્રમાંથી પશ્ચિમ તરફ જતો હતો. રાજાએ આખરે કોલંબસને નવા અભિયાનની પરવાનગી આપી.

ચોથા અભિયાનમાં કોલંબસ તેની સાથે તેના ભાઈ બાર્ટોલોમ અને 13 વર્ષના પુત્ર હર્નાન્ડોને લઈ ગયો. ચોથી સફર દરમિયાન, કોલંબસે ક્યુબાની દક્ષિણમાં મુખ્ય ભૂમિ - મધ્ય અમેરિકાનો દરિયાકિનારો - શોધી કાઢ્યો અને સાબિત કર્યું કે એટલાન્ટિક મહાસાગર દક્ષિણ સમુદ્રથી અલગ પડે છે, જે તેણે ભારતીયો પાસેથી સાંભળ્યું હતું, જે એક દુસ્તર અવરોધ છે. દક્ષિણ સમુદ્રની નજીક રહેતા ભારતીય લોકો વિશે જાણ કરનાર પણ તેઓ પ્રથમ હતા.

દરમિયાન, સ્પેનને હિસ્પેનિઓલામાં સોનું મેળવવાનું શરૂ થયું, અને પર્લ કોસ્ટ (કેરેબિયન સમુદ્રના દક્ષિણ કિનારે) પર મોતી એકત્રિત કરવામાં આવ્યા. સેંકડો અને હજારો જેઓ સંપત્તિ હાંસલ કરવા માંગતા હતા તેઓ પશ્ચિમ ભારત તરફ ધસી ગયા. 1502 થી, સ્પેનિયાર્ડ્સ દ્વારા એન્ટિલેસની સામૂહિક વસાહત શરૂ થઈ.

સ્પેનિયાડીએ સ્થાનિક વસ્તી પર સામૂહિક અત્યાચારો કર્યા. 1515 માં, હૈતીના સ્વદેશી રહેવાસીઓ પહેલાથી જ 15 હજાર કરતા ઓછા હતા, અને 16 મી સદીના મધ્ય સુધીમાં તેઓ સંપૂર્ણપણે મૃત્યુ પામ્યા હતા. ગુલામોને લેસર એન્ટિલ્સથી હિસ્પેનિઓલા લાવવામાં આવ્યા હતા, તેમજ ક્યુબા, જમૈકા અને પ્યુઅટી રિકોમાંથી "સેવેજ" લાવવામાં આવ્યા હતા.

જ્યારે સ્વદેશી વસ્તી ત્યાં પણ અદૃશ્ય થવા લાગી, ત્યારે દક્ષિણ અમેરિકામાં ગુલામોની સામૂહિક શિકાર તીવ્ર બની, અને પછી તેઓએ આફ્રિકામાંથી ગુલામોની આયાત કરવાનું શરૂ કર્યું. પહેલેથી જ તેમના વંશજો, આંશિક રીતે સ્પેનિયાર્ડ્સ સાથે ભળી ગયા, પછીથી સમગ્ર હૈતી ટાપુ પર સ્થાયી થયા.

ગંભીર રીતે બીમાર કોલંબસને સેવિલે લઈ જવામાં આવ્યો. તે તેને આપવામાં આવેલા અધિકારો અને વિશેષાધિકારોની પુનઃસ્થાપના પ્રાપ્ત કરી શક્યો ન હતો, અને તમામ પૈસા મુસાફરી સાથીઓ પર ખર્ચ્યા હતા.

20 મે, 1506 ના રોજ, કોલંબસે તેના છેલ્લા શબ્દો ઉચ્ચાર્યા: "ભગવાન, હું મારા આત્માને તમારા હાથમાં સોંપું છું." તેમને સેવિલેમાં દફનાવવામાં આવ્યા હતા, પરંતુ સમકાલીન લોકોએ ભાગ્યે જ તેમના મૃત્યુની નોંધ લીધી હતી.

સ્પેન માટે કોલંબસની શોધોનું મહાન મહત્વ ફક્ત 16મી સદીના મધ્યમાં જ ઓળખવામાં આવ્યું હતું, જ્યારે મેક્સિકો, પેરુ અને એન્ડીઝના ઉત્તરમાં રાજ્યો પર વિજય મેળવ્યા પછી, જ્યારે ચાંદી અને સોના સાથેના વહાણો યુરોપ ગયા હતા.

ક્રિસ્ટોફર કોલંબસ (1451, જેનોઆ, મે 20, 1506, વેલાડોલીડ), નાવિક, મૂળ દ્વારા જનીન. 1476-1484 માં તે લિસ્બન અને પોર્ટુગીઝ ટાપુઓ માડેઇરા અને પોટી સાન્ટોમાં રહેતા હતા. ગ્લોબ્સના પ્રાચીન સિદ્ધાંત અને 15મી સદીથી વૈજ્ઞાનિકોની ખોટી ગણતરીઓના આધારે, કોલંબસે પશ્ચિમ માટે એક પ્રોજેક્ટ તૈયાર કર્યો, તેના મતે, યુરોપથી ભારત સુધીનો સૌથી ટૂંકો દરિયાઈ માર્ગ.

1485 માં, જ્યારે પોર્ટુગીઝ રાજાએ તેમના પ્રોજેક્ટને નકારી કાઢ્યો, ત્યારે કોલંબસ કેસ્ટિલ ગયા, જ્યાં, મોટાભાગના એન્ડાલુસિયન વેપારીઓ અને બેંકરોના સમર્થનથી, તેમણે તેમના નેતૃત્વ હેઠળ એક સરકારી સમુદ્ર અભિયાનનું આયોજન કર્યું.

કોલંબસની ઊંચાઈ સરેરાશ, મજબૂત અને પાતળી શરીર કરતાં વધુ છે. તેના લાલ વાળ તેની યુવાનીમાં વહેલા ભૂખરા થઈ ગયા હતા, જેના કારણે તે તેના વર્ષો કરતા વધુ વૃદ્ધ દેખાય છે. લાંબો, કરચલીવાળો અને દાઢીવાળો ચહેરો ચમકદાર વાદળી આંખો અને પાણીયુક્ત નાક સાથે ઊભો હતો. તે દૈવી પ્રોત્સાહન અને મહત્વમાં વિશ્વાસ અને તે જ સમયે દુર્લભ વ્યવહારિકતા,

પીડાદાયક આત્મગૌરવ અને શંકા, સોના પ્રત્યેની ઉત્કટતા દ્વારા અલગ પડે છે.

તેમની પાસે તીક્ષણ મન, સમજાવટની ભેટ અને બહુપક્ષીય જ્ઞાન હતું. કોલંબસે બે વાર લગ્ન કર્યા હતા અને તેમને બે પુત્રો હતા. તેનું નામ છે: દક્ષિણ અમેરિકાનું રાજ્ય, કેનેડાનો પ્રાંત, સંઘીય જિલ્લો અને યુનાઇટેડ સ્ટેટ્સમાં નદી, શ્રીલંકાની રાજધાની, તેમજ ઘણી નદીઓ, પર્વતો, તળાવો, ધોધ, કેપ્સ, શહેરો, ઉદ્યાનો, વિવિધ દેશોમાં ચોરસ, શેરીઓ અને પુલો. બાર્સેલોનામાં,

તે કોલંબસ (1882-88, આર્કિટેક્ટ સી. બ્યુકાસ, શિલ્પકાર એચ. લેમોન અને એ. (1492-1493), જેમાં "સાન્ટા મારિયા", "પિન્ટા" "નીના" વહાણમાં સવાર 90 લોકો હતા, 3 ઓગસ્ટ, 1492ના રોજ પાલોસથી આવ્યા હતા, પશ્ચિમમાં કેનેરી ટાપુઓથી એટલાન્ટિક મહાસાગરને ઓળંગ્યા હતા (સપ્ટેમ્બર) 9) સબટ્રોપિકલ ઝોનમાં અને બહામાસમાં સાન સાલ્વાડોર ટાપુ પર પહોંચ્યા, જ્યાં કોલંબસ ઓક્ટોબર 12, 1492 (અમેરિકાની શોધની સત્તાવાર તારીખ) ના રોજ ઉતર્યો.

ઓક્ટોબર 14 અને 24 ના રોજ, કોલંબસે અન્ય ઘણા બહામાસની મુલાકાત લીધી અને 28 થી 5 ડિસેમ્બર સુધી, તેણે ક્યુબાના ઉત્તરપૂર્વ કિનારે એક ભાગ શોધી કાઢ્યો અને તેનું સર્વેક્ષણ કર્યું. 6 ડિસેમ્બરના રોજ, કોલંબસ હૈતી ટાપુ પર પહોંચ્યો અને ઉત્તર કિનારે આગળ વધ્યો. 25 ડિસેમ્બરની રાત્રે, સાન્ટા મારિયાના નેતા રિજ પર બેઠા હતા, પરંતુ લોકો બચી ગયા હતા. કોલંબસ જહાજ "નીન્જા" પર, જેણે 4 થી 16 જાન્યુઆરી, 1493 દરમિયાન હૈતીના ઉત્તરીય દરિયાકિનારાનું નિરીક્ષણ પૂર્ણ કર્યું અને 15 માર્ચે કેસ્ટિલ પરત ફર્યા.

બીજી શોધ (1493-1496), એડમિરલની સ્થિતિમાં કોલંબસની આગેવાની હેઠળ, નવી શોધાયેલી જમીનોના વાઇસ-પ્રેસિડેન્ટની સ્થિતિમાં, 1,500 થી વધુ લોકોના ક્રૂ સાથે 17 જહાજોનો સમાવેશ થતો હતો.

માનવ. 3 નવેમ્બર, 1493 ના રોજ, કોલંબસે ડોમિનિકા અને ગ્વાડેલુપના ટાપુઓ શોધી કાઢ્યા, ઉત્તરપશ્ચિમ તરફ વળ્યા - એન્ટિગુઆ અને મારિયા સહિત 20 થી વધુ નાના એન્ટિલેસ અને 19 નવેમ્બરના રોજ - પ્યુઅર્ટો રિકો ટાપુ અને હૈતીના ઉત્તરીય કિનારે ગયા.

12 અને 29 માર્ચ, 1494 ના રોજ, કોલંબસે, સોનાની શોધમાં, હૈતી પર હુમલો કર્યો અને કોર્ડિલેરા સેન્ટ્રલ રેન્જને પાર કરી. એપ્રિલ 29 - મે 3 કોલંબસે ત્રણ જહાજો સાથે ક્યુબાના દક્ષિણપૂર્વ કિનારે ઓળંગી, કેપ ક્રુઝથી દક્ષિણ તરફ વાળ્યું અને 5 મેના રોજ જમૈકાની શોધ કરી. જ્યારે તે 15 મેના રોજ કેપ ક્રુઝ પરત ફર્યો, ત્યારે કોલંબસે ક્યુબાના દક્ષિણ કિનારે 84°W પર સફર કરી. D., Jardines de la Reina દ્વીપસમૂહ, Zapata દ્વીપકલ્પ અને Pinos ટાપુની શોધ કરી.

24 જૂનના રોજ, કોલંબસે 19 ઓગસ્ટથી 15 સપ્ટેમ્બર સુધી હૈતીના સમગ્ર દક્ષિણ કિનારાનું સર્વેક્ષણ કરવા પૂર્વ તરફ વળ્યું. 1495માં, કોલંબસે હૈતી પર વિજય મેળવ્યો; 10 માર્ચ, 1496 ના રોજ, તેણે ટાપુ છોડી દીધો અને 11 જૂનના રોજ કેસ્ટિલ પાછો ફર્યો.

ત્રીજા અભિયાન (1498-1500)માં 6 જહાજોનો સમાવેશ થતો હતો, જેમાંથી 3 એટલાન્ટિક મહાસાગરને 10° ઉત્તર અક્ષાંશ પર લઈ આવ્યા હતા. 31 જુલાઈ, 1498 ના રોજ, પેરિસના અખાતમાંથી દક્ષિણમાં પ્રવેશેલા ત્રિનિદાદ ટાપુ પર, ઓરિનોકો ડેલ્ટા અને પેરિયા દ્વીપકલ્પના પશ્ચિમી સ્ટ્રેટના કોર્નિસીસ ખુલ્યા, જેના કારણે દક્ષિણ અમેરિકાની શોધ થઈ.

જ્યારે તે કેરેબિયનમાં પહોંચ્યો, ત્યારે કોલંબસ અરાયા દ્વીપકલ્પની નજીક પહોંચ્યો, 15 ઓગસ્ટે માર્ગારીટા ટાપુ શોધ્યો અને 31 ઓગસ્ટે સાન્ટો ડોમિંગો શહેરમાં (હૈતી ટાપુ પર) પહોંચ્યો. 1500 માં તેની ધરપકડ કરવામાં આવી અને કેસ્ટિલ મોકલવામાં આવ્યો, જ્યાં તેને મુક્ત કરવામાં આવ્યો.

અભિયાન (1502-1504). ભારતમાં પશ્ચિમી માર્ગ શોધવાનું ચાલુ રાખવા માટે પરવાનગી મેળવો, કોલંબસ 4 રમતનું મેદાન 15 જૂન, 1502ના રોજ માર્ટીનિક પહોંચ્યું, 30 જુલાઈએ હોન્ડુરાસના અખાતમાં અને 1 ઓગસ્ટ, 1502 થી 1 મે, 1503 સુધી હોન્ડુરાસ, નિકારાગુઆના કેરેબિયન કિનારે ખુલ્લું. રબના અખાતમાં કોસ્ટા રિકા અને પનામા.

પછી, ઉત્તરમાં, 25 જૂન, 1503 ના રોજ, તે જમૈકન ટાપુ નજીક ક્રેશ થયું; સાન્ટો ડોમિંગોની મદદ માત્ર એક વર્ષ પછી દેખાઈ. 7 નવેમ્બર, 1504ના રોજ કોલંબસ કેસ્ટિલ પરત ફર્યો.

1475 માં, કોલંબસે એક માર્ગની ગણતરી કરી જે તેને ભારત સુધી પહોંચવાની મંજૂરી આપે. ઘણી વખત તેણે વિવિધ દેશોના રાજાઓને તેની દરખાસ્ત સાથે અરજી કરી, પરંતુ તેને નકારવામાં આવ્યો, કારણ કે વૈજ્ઞાનિક પરિષદોએ તેની ગણતરીઓની અચોક્કસતા વારંવાર સાબિત કરી. ઘણા વર્ષો સુધી, કોલંબસે સંઘર્ષ કર્યો. તેની ટીકા કરવામાં આવી, હતી પણ તેને હિંમત ગુમાવી નહિ.

પરંતુ, અંતે, તે સ્પેનિશ રાજાઓ ફર્ડિનાન્ડ અને ઇસાબેલાને તેના પ્રોજેક્ટને સમર્થન આપવા માટે સમજાવવામાં સફળ રહ્યો. તેને તેના નિકાલ પર ત્રણ કારાવેલ મળ્યા અને તેને સમુદ્ર અને મહાસાગરના એડમિરલ અને સ્પેનિશ તાજના પ્રતિનિધિ તરીકે નિયુક્ત કરવામાં આવ્યા. 3 ઓગસ્ટ, 1492 ના રોજ, તે નીના, પિન્ટા અને સાન્ટા મારિયા જહાજો પર ન્યૂ વર્લ્ડની પ્રથમ સફર પર નીકળ્યો. ક્રૂમાં 86 નસીબ શોધનારાઓનો સમાવેશ થાય છે.

માંદગી, અધિકારો પુનઃસ્થાપિત કરવા માટે રાજા સાથે નિરર્થક અને પીડાદાયક વાટાઘાટો, નાણાંની અછતએ કોલંબસની તાજેતરની સત્તા અને 20 મે, 1506 ના રોજ ધમકી આપી હતી.

તેમની શોધો જમીનના વસાહતીકરણ, સ્પેનિશ વસાહતોનો આધાર, ક્રૂર ગુલામીના એકમો અને "ભારતીય" તરીકે ઓળખાતા ઓટોચથોનસ વિજેતાઓના સામૂહિક વિનાશ સાથે હતી. કોલંબસ અમેરિકન અગ્રણી ન હતા: ઉત્તર અમેરિકાના ટાપુઓ અને દરિયાકિનારાની સેંકડો વર્ષ પહેલાં નોર્મન્સ દ્વારા મુલાકાત લેવામાં આવી હતી.

પરંતુ આ ફક્ત વિશ્વ-ઐતિહાસિક મહત્વની કોલંબસની શોધ હતી. હકીકત એ છે કે તેને વિશ્વનો એક નવો ભાગ મળ્યો હતો તે આખરે મેગેલનની સફર દ્વારા સાબિત થયું હતું.

પ્રથમ અભિયાન કોલંબસને ખ્યાતિ લાવ્યું. બીજું, જેના માટે 17 જહાજો ફાળવવામાં આવ્યા હતા, તે ખુલ્લી જમીનોની સંપત્તિ વિશે શંકા લાવ્યા હતા. ત્રીજું અભિયાન કોલંબસ માટે ઘાતક હતું. તે દરમિયાન, તેણે જમીનના તમામ અધિકારો ગુમાવ્યા. ફ્રાન્સિસ્કો બોબાડિલા, અમર્યાદિત શક્તિઓ સાથે હિસ્પેનિઓલાને મોકલવામાં આવ્યો,

તેણે એડમિરલ અને તેના ભાઈઓ બાર્ટલોમિયો અને ડિએગોની ધરપકડ કરી. તેઓને બેડીઓ બાંધવામાં આવી હતી. કોલંબસને તેના પોતાના રસોઇયા દ્વારા બાંધવામાં આવ્યો હતો. તેઓ સેન્ડમિંગ ફોર્ટ્રેસમાં કેદ હતા. કોલંબસ પર "ક્રૂરતા અને દેશનું સંચાલન કરવામાં અસમર્થતા" નો આરોપ મૂકવામાં આવ્યો હતો.

બે મહિના પછી તેઓને બેકડીમાં સ્પેન મોકલવામાં આવ્યા. માત્ર બે વર્ષ પછી, રાજાઓએ કોલંબસ સામેના આરોપો છોડી દીધા. તેમને 2,000 સોનાના ટુકડા આપવામાં આવ્યા હતા, પરંતુ તેમને તેમની મિલકત અને પૈસા પાછા આપવાનું વચન પૂરું થયું ન હતું.ક્રિસ્ટોફર કોલંબસને સન્માન સાથે દફનાવવામાં આવ્યા હતા.

ચોથા અભિયાનથી, કોલંબસ ગંભીર રીતે બીમાર થઈને પાછો ફર્યો. તેણે હજુ પણ તેના અધિકારોનો બચાવ કરવાની આશા રાખી હતી, પરંતુ તેની આશ્રયદાતા, રાણી ઇસાબેલાના મૃત્યુ સાથે, આ આશા ઝાંખી પડી ગઈ.

જીવનના અંતે તેને પૈસાની જરૂર હતી. 1505 માં, લેણદારોને ચૂકવવા માટે હિસ્પેનિઓલામાં કોલંબસની તમામ જંગમ અને સ્થાવર મિલકત વેચવાનો આદેશ આપવામાં આવ્યો હતો.

20 મે, 1506 ના રોજ, મહાન નેવિગેટરનું અવસાન થયું. કોઈએ તેના મૃત્યુની નોંધ લીધી નથી. પોર્ટુગીઝોના વિજયની પૃષ્ઠભૂમિ સામે તેમની શોધો લગભગ ભૂલી જવામાં આવી હતી. તેમનું મૃત્યુ 27 વર્ષ પછી જ નોંધાયું હતું. તેમના જીવનના અંતમાં, સંપત્તિ, સોના અને સન્માનના તેમના તમામ સપના સંપૂર્ણપણે નાશ પામ્યા હતા .

ક્રિસ્ટોફર કોલંબસનો જન્મ જેનોઆમાં 1451માં એક વણકર અને ગૃહિણીના સામાન્ય પરિવારમાં થયો હતો. તેને ત્રણ ભાઈઓ અને એક બહેન હતી. એક ભાઈ બાળપણમાં મૃત્યુ પામ્યો, અને અન્ય બે કોલંબસની મુસાફરીમાં તેની સાથે હતા.

નાનપણથી જ, વિશ્વના રહસ્યો જાણવાની ઈચ્છાથી પ્રેરિત, કોલંબસે દરિયાઈ બાબતો અને નેવિગેશનનો અભ્યાસ કર્યો. તેમને ગણિતનું ઉત્તમ જ્ઞાન હતું અને ઘણી વિદેશી ભાષાઓ બોલતા હતા. સાથી વિશ્વાસીઓની મદદથી, કોલંબસ પદ્આ યુનિવર્સિટીમાં પ્રવેશ મેળવવા સક્ષમ હતો. ઉત્તમ શિક્ષણ પ્રાપ્ત કર્યા પછી, તે પ્રાચીન ગ્રીક ફિલસૂફો અને વિચારકોની ઉપદેશોથી પરિચિત હતા જેમણે પૃથ્વીને બોલ તરીકે દર્શાવી હતી. જો કે, મધ્ય યુગમાં, તેના વિશે મોટેથી વાત કરવી એ એક ખતરનાક વ્યવસાય હતો, કારણ કે યુરોપમાં ઇન્ક્વિઝિશન પ્રચલિત હતું.

કોલંબસના યુનિવર્સિટી મિત્રોમાંના એક ખગોળશાસ્ત્રી ટોસ્કેનેલી હતા. પોતાની ગણતરીઓ હાથ ધર્યા પછી, તેમણે તારણ કાઢ્યું કે ભારતની સૌથી નજીકનો રસ્તો પશ્ચિમ દિશામાં સફર કરવાનો હતો. તેથી ક્રિસ્ટોફર કોલંબસને પશ્ચિમી મુસાફરી કરવાના સ્વપ્ન સાથે આગ લાગી, જેમાં તે પોતાનું આખું જીવન સમર્પિત કરશે.

તે જાણીતું છે કે 12 વર્ષની ઉંમરથી, યુવાન કોલંબસ વેપારી વહાણો પર સફર કરતો હતો. પ્રથમ ભૂમધ્ય સમુદ્ર પાર, પછી સમુદ્ર પાર. યુરોપના ઉત્તરીય દરિયાકિનારાથી આફ્રિકાના દક્ષિણ કિનારે. ટોલેમીની ભૂગોળમાં વર્ણવેલ વિશ્વના તમામ સમુદ્રો, આ અનુભવી નાવિક અને નકશાકાર દ્વારા અન્વેષણ કરવામાં આવ્યા હતા.

તે સમયે વિશ્વના નકશા કઈ ચોકસાઈથી બનાવવામાં આવ્યા હતા તેમાં તેમને હંમેશા રસ હતો. 40 વર્ષ સુધી, કોલંબસે તે સમયે જાણીતા તમામ દરિયાઈ માગો સાથે સમુદ્રના પાણીને કાપી નાખ્યા. તેણે અનેક શહેરો, નદીઓ, પહાડો, બંદરો અને ટાપુઓનો નકશો બનાવ્યો.

15મી સદીના અંતમાં રહેતા લોકો માનતા હતા કે વિશ્વમાં ત્રણ ખંડો છે: એશિયા, યુરોપ અને આફ્રિકા. તે સમયે સૌથી વધુ અભ્યાસ યુરોપિયન ખંડ

હતો. જ્યાં સહારાની શરૂઆત થઈ ત્યાં આફ્રિકા સમાપ્ત થયું. વિષુવવૃત્ત સુધી વિસ્તરેલા પ્રદેશને "સળગેલી જમીન" સિવાય બીજું કંઈ કહેવાતું ન હતું.

પૂર્વમાં, ખંડનો અંત મલાકા દ્વીપકલ્પ સાથે થયો, જેને કોલંબસે ત્રીજી અને ચોથી સફર દરમિયાન શોધવાનો નિરર્થક પ્રયાસ કર્યો. જાણીતા વિશ્વની સીમાઓ ચીનમાં થઈ હતી, જે સમાન પ્રખ્યાત પ્રવાસી માર્કો પોલોએ શોધી કાઢી હતી. બાદમાં ભારત વિશે એક અદ્ભુત ભૂમિ તરીકે લખ્યું, અમર્યાદિત અને અજાયબીઓથી ભરેલું.

પૂર્વ હંમેશા કોલંબસની કલ્પનાને કબજે કરી છે. તેણે વિશ્વભરની મુસાફરી કરવાનું સપનું જોયું, પણ, એક વેપારી હોવાને કારણે, તેણે પૂર્વનું સપનું જોયું, જ્યાં તેના મતે, વિશ્વની બધી સંપત્તિઓ સ્થિત હતી.

સોનું, કિંમતી પથ્થરો, મસાલા. પરંતુ આ બધું તેના માટે અગમ્ય હતું, કારણ કે ઘણી સદીઓથી યુરોપ અને એશિયાને જોડતા વેપાર માર્ગો બંધ હતા. અને કોન્સ્ટેન્ટિનોપલ, બાયઝેન્ટિયમની રાજધાની, ઓટ્ટોમન સામ્રાજ્યના દબાણ હેઠળ આવી.

70 ના દાયકામાં, કોલંબસે ફેલિપ મોનિઝ સાથે લગ્ન કર્યા, જે એક શ્રીમંત પોર્ટુગીઝ પરિવારમાંથી આવ્યા હતા. ફેલિપના પિતા પણ નેવિગેટર હતા. તેમની પાસેથી, કોલંબસને સમુદ્રના ચાર્ટ્સ, ડાયરીઓ અને અન્ય મહત્વપૂર્ણ દસ્તાવેજો વારસામાં મળ્યા, જે મુજબ તેણે ભૂગોળનો અભ્યાસ કર્યો. ક્રિસ્ટોફર કોલંબસે ઘણું અને વિચારપૂર્વક વાંચ્યું.

તેમણે પુસ્તકોના હાંસિયા પર જે ટિપ્પણીઓ મૂકી છે, તે સ્પષ્ટ છે કે તેઓ વિશ્વના આકારને સમજવા માંગતા હતા. તેમણે પ્રાચીન અને આધુનિક વૈજ્ઞાનિકોના કાર્યોનો અભ્યાસ કર્યો. તે લખે છે, દોરે છે, ગણે છે. કોલંબસે જર્મન કાર્ટોગ્રાફર માર્ટિન બેહેમ દ્વારા સંકલિત ગ્લોબનો ઉપયોગ કરીને અભિયાનની યોજના બનાવી હતી. તે પશ્ચિમમાંથી દૂર પૂર્વમાં જવા માંગતો હતો.

સંદર્ભ :ગુગલ ઇમેજ,ફયુચર સાયન્સ - કે.આર.ચૌધરી, આશિષ ગોયલ ન્યૂઝ ૧૮ ગુજરાતી ,વિવિધ અખબારી અહેવાલ , વિકીપીડીયા,ક્રિસ્ટોફર કોલંબસનું જીવનચરિત્ર. ક્રિસ્ટોફર કોલંબસનું સંક્ષિપ્તમાં જીવનચરિત્ર,હેરિંગ, હુબર્ટ એહિસ્ટરીઓફલેટિનઅમેરિકાફ્રોમધબિગિનિંગસ્ટ્રધપ્રેઝન્ટ   . ન્યૂયોર્ક: આલ્ફ્રેડએ.   નોફ્,   1962.થોમસ,   હુજ ગોલ્ડઓફનદીઓ: સ્પેનિશસામ્રાજ્યનોઉદ્ભવ,   કોલંબસથીમેગેલનસુધી ન્યૂયોર્ક: રેન્ડમહાઉસ, 2005.